சந்தியா
பதிப்பகம்

கதைகள் எழுதும்போது இவர் வண்ணதாசன். கவிதையுலகில் கல்யாண்ஜி. வீட்டிலும் வேலை செய்த இடத்திலும் கல்யாணசுந்தரம்.

விழைவு மனமும் விழா மணமும் கொண்டவர் என்றாலும் மௌனமும் மௌனம் குலைந்த பொழுதில் வெம்மையும் இயல்பில் கொண்டவர்.

கங்கைக்கரையில் தியானித்திருக்கும் தவசியைப் போலவும் புத்தகயாவில் காலமறியாது தொடர்ந்து பெருநிலைக்கு முனையும் புத்தத் துறவியைப் போலவும் நள்ளிருள் நிலாவின் மௌன நகர்ச்சியைப் போலவும் சதா காலமும் எண்ணமும் எழுத்துமாக வாழும் பவித்ரன் வண்ணதாசன்.

இவரது உலகில் அன்பு உண்டு. ஆரவாரமில்லை; சமயமும் இல்லை. சமயோசிதமும் இருக்காது.

மரமாய் நிழலாய் கனிந்த மனிதர்களின் வாழ்வும் காட்சியும் காட்சிப்பிழைகளும் கொண்டவை இவரது கவிதைக் கணங்கள்.

'யாருடனும் போட்டி இல்லை எனக்கு' என்று இவர் பிரகடனப்படுத்தினாலும் போட்டிப் போட்டுக் கொண்டு இவரிடம் வந்து சேர்கிறார்கள் அடுத்தடுத்த தலைமுறையினர்.

சமீபகாலமாக கதாசிரியர் வண்ணதாசனுடன் கவிஞர் கல்யாண்ஜிக்கு சரி நிகர் போட்டி ஒன்று நிலவி வருவதும் வெளிப்படையான உண்மை.

தற்போது ஒரே நேரத்தில் வண்ணதாசனின் *கமழ்ச்சி* சிறுகதைத் தொகுப்பும் கல்யாண்ஜியின் *ரணங்களின் மலர்ச்செண்டு* கவிதைத் தொகுப்பும் வெளிவருகின்றன.

*கமழ்ச்சி* நெடுங்கதைகளின் தொகுப்பாகவும் ரணங்களின் மலர்ச்செண்டு கல்யாண்ஜியின் மொத்த வாழ்வனுபவத்தின் திரட்சியாகவும் மனம் கடந்த நிலையில் வந்திறங்கிய வார்த்தைகளாகவும் நம்மைச் சலனப்படுத்துகின்றன. ‘சுந்தரன் நான் எனும் மந்திரம் புரிந்தது’ என்று எழுதுகிற கல்யாண்ஜியை இந்தத் தொகுப்பில்தான் எல்லா கல்யாண குணங்களும் கொண்ட சுந்தரனாய் கண்டு கொள்ளமுடிகிறது.

மௌனம் கலைகிறபோது எழுகிற ஆற்றலை அரிய இயலாது.

அது பாற்கடலை கடைவது போல்தான்.

நஞ்சு நீக்கி அமுதம் திரளும் தருணம்.

சொல் உக்கிரம் பெறும்காலம்.

‘குளிராவது ஒன்றாவது? என்று என்றைக்காவது மௌனம் பேசியிருக்குமா? உரத்தக் குரலில் பேசியிருக்கிறது.

இத்தொகுப்பில் வாழ்வின் ரகசியத்தை வாழ்வு தரும் வலியோடு வரைந்திருக்கிறார் கல்யாண்ஜி. இல்லை கல்யாண சுந்தரன்.

# ரணங்களின் மலர்ச்செண்டு

கல்யாண்ஜி

சந்தியா பதிப்பகம்
சென்னை - 83

ரணங்களின் மலர்ச்செண்டு

© கல்யாண்ஜி

முதற்பதிப்பு: 2017

அளவு: டெமி ● தாள்: 60gsm ● பக்கம்: 104
அச்சு அளவு: 11 புள்ளி ● விலை: 110/-
அச்சாக்கம்: அருணா எண்டர்பிரைஸஸ்
சென்னை - 40.

சந்தியா பதிப்பகம்
புதிய எண்: 77, 53வது தெரு, 9வது அவென்யூ,
அசோக் நகர், சென்னை - 600 083.
தொலைபேசி: 24896979, 98409 52919.

ISBN: 978-93-87499-09-6

## Ranangalin Malarchendu
© Kalyanji

First Edition: 2017

Printed at Aruna Enterprises.,
Chennai - 40.

Published by
**Sandhya Publications**
New No. 77, 53rd Street, 9th Avenue, Ashok Nagar,
Chennai - 600 083. Tamilnadu.
Ph : 044 - 24896979, 98409 52919.

Price Rs. **95/-**

sandhyapathippagam@gmail.com
sandhyapublications@yahoo.com
www.sandhyapublications.com

SAN-758

## எழுத்துக்கூட்டியாவது...

**உ**ண்மைதான். ரணங்கள் அதிகம் நிரம்பிய கட்டத்தில் எழுதப்பட்டவையே எல்லாமும். காற்றுப்படத் திறந்து வைத்திருந்தால் ஆறும் என்று சொன்னதால் ரணங்களைத் திறந்தே வைத்திருக்கிறேன். மலர்ச்செண்டுகள் பெறாமலும் கொடுக்காமலும் இல்லை. அது ஒரு பக்கம். இது ஒரு பக்கம்.

அப்படியே இருந்தாலும் இந்தத் தொகுப்புக்கு 'ரணங்களின் மலர்ச்செண்டு' என்று நான் பெயர் வைத்திருக்க வாய்ப்பில்லை. புறவாசலில் நிற்கிற ஒரே ஒரு வாழையிலிருந்து அறுத்து, விருந்தாளிக்கு இலை போடுகிறது போல, (பாவம். ஒரு இலையை ஆசைக்குக் கூட அது முழுதாக விரிக்க முடியாது. எல்லாம் காம்புக்கு மேல் ஒரு சாண் அகலத்தில் பிசின் வடித்துக் கிடக்கும்) இந்தத் தொகுப்பின் கவிதைகளுக்குள் இருந்துதான் ஷங்கர் ராமசுப்ரமணியன் அந்தப் பெயரை நறுக்கி எடுத்திருக்கிறார்.

அவருக்கு அந்த உரிமை உண்டு. அவர்தான். என்னுடைய முகநூல் பதிவுகள் அத்தனையிலிருந்தும், முன்பு சாம்ராஜ் செய்துகொடுத்தது போல, முதல் கட்டமாகத் தேர்வு செய்துகொடுத்திருந்தார். எண்ணிக்கை அளவில் அவர் தேர்ந்து தந்தவையும் அதிகமாக இருந்தன. மேலும் குறைக்க விரும்பினேன். வரைந்தவனை விட, அதைத் தள்ளி நின்று பார்க்கிறவன் கண்ணுக்கு ஓவியம் சரியாகத் தெரியும்.

வரைந்தவனுக்கு அல்ல. பார்க்கிறவனுக்கே அது தன் சரியான தீற்றலைக் காட்டும். நான் தள்ளி நின்று பார்க்கிற ஒருவரைத் தேடினேன்.

சந்தியா நடராஜன் அந்த உதவியைச் செய்ய முன்வந்தார். என் வரிகளில் இடைவிடாமல் வருகிற பூனைகளை, மீன்களை, பறவைகளை எல்லாம் கூடுமானவரை அப்புறப்படுத்தினார். வீட்டிலிருந்து அதன் சுவர்களில் இருந்து என்னை வெளியேற்றினால் நான் திகைத்துப் போவேன் என்பதால் அவற்றை அப்படியே விட்டிருக்கிறார். உலகத்தில் திரும்பி வராத வளர்ப்புப் பூனைகள் உண்டா? ஒன்றிரண்டு பூனைகள், பறவைகள் திரும்பியும் வந்திருக்கின்றன. அவை ஒருவித காப்பாற்றுதல். சிறுபறவைகளின் வருகையால் காப்பாற்றப்படும் மனிதரில் ஒருவன் தானே நான்.

ஒரு குறிப்பிட்ட நிலத்தில் ஒரு குறிப்பிட்ட வாழ்வும், ஒரு குறிப்பிட்ட வாழ்வில் அந்த வாழ்வுக்கு உரித்தான அல்லது உரித்தாகவிடாது மறுக்கப்படுவதான சில சொற்களும் தானே புழக்கத்திற்கு எஞ்சும். அப்படி எனக்கு எஞ்சிய வாழ்வின் நரை கூடிக் கிழப் பருவம் எய்தலில், என்னைக் கை விடாத, நான் கை விட முடியாத சில சொற்களின் வாடகை வீட்டில் இருந்து சொற்களின் தெருவழியாகப் போய் வந்து கொண்டு இருக்கிறேன். ஒரே ஒரு வரியை மட்டுமே எழுதியிருக்கிறவன் கூட, அவனுக்கென்றே அவன் வைத்திருக்கும் ஒரு பிரத்தியேக அகராதியில் உள்ள சொற்களால் மட்டுமே அதை எழுதுகிறான். என் அகராதியில் உள்ளவை எனக்கு.

ஆளற்ற ஊஞ்சல் என்றாலும் ஆடுவதில்லை. என் நாட்களை உட்புறமாகச் சாத்திக் கொள்கிறேன். எந்த வெளிச்சத்தையும் நானே வைத்துக் கொள்வதில்லை. யாரோ தந்த இருக்காஞ்சட்டிச் சுடரை, எதிர்வரும் இன்னொரு திரியிடம் ஒப்படைத்துவிடுகிறேன். ஆற்றில் அமிழும் சிறுகல்லின் ஆனந்தப் பெருக்கை அறிகிற எனக்கு, குனிந்து அள்ள நேரமில்லாமல் துக்கத்தின் சுனையிலிருந்து தெளிநீர் பெருகுகிறது. நான் இருக்கும் வீட்டில் நான் இருக்க முடியாமல், நீ இல்லாத வீட்டில் நீ இருக்கிறாயா என்று பார்க்க வருகிறேன். முற்றிலும் இனிக்கிற ஒரு கனி இல்லை என்றும், முற்றிலும் உவர்க்கிற உப்புக்கல் இல்லை

என்றும் எனக்குத் தெரியும். நான் அதிகம் வாசிக்கிறவன் இல்லை. ஆனால் எழுத்துக் கூட்டியாவது மனிதர்களை வாசித்துவிடுகிறேன்.

இந்தத் தொகுப்பின் வரிகளும் அப்படி எழுத்துக் கூட்டி எழுதப்பட்டவையே. இவற்றை எழுதிய முகநூல் பொழுதுகளை நினைத்துக்கொள்கிறேன். முகநூலில் அதை வாசித்து விருப்பிட்டவர்களை நினைத்துக்கொள்கிறேன்.

அப்படி முகநூலில் எழுதி அடுக்கடுக்கான நாள்களின் கீழ் சிதறிக்கிடந்த அனைத்தையும் திரட்டித் தந்த சக்தி ஜோதிக்கும்

தன்னுடைய கவிதை குறித்த எடைக்கற்களை மாற்றாமல், என் மீதான பரிவு மிகுந்த அக்கறையுடன் முதல் கட்டத் தேர்வைச் செய்துகொடுத்த ஷங்கர் ராமசுப்ரமணியனுக்கும்

மிகச் சரியான துல்லியத்துடனும் இசைமையுடனும் அடுத்த கட்டத்தில் இந்தத் தொகுப்பின் கவிதைகளை ஒழுங்கமைத்த சந்தியா நடராஜனுக்கும்

செளந்திரராஜன் சார், மேனகா, பழனி, முருகவேள் உள்ளிட்ட அனைத்து சந்தியா பதிப்பகத்தினர்க்கும் என்னுடைய மகிழ்ச்சியும் நன்றியும்.

என் நல்ல பொழுதுகளிலும் அல்ல பொழுதுகளிலும் என்னிடம் மாறாத அன்பு செலுத்துகிற, என்னை ஆற்றுப்படுத்துகிற மரபின் மைந்தன் முத்தையாவின் கைகளில் ரணங்களின் மலர்ச்செண்டைச் சேர்க்கிறேன்.

எல்லோர்க்கும் அன்புடன்,

*19.11.2017* **கல்யாணி.சி**

பெங்களூரு

1

தொடர்ந்து உங்களின் கிளைகள் விலகுகின்றன
தொடர்ந்து பூ உரசுகின்றன என் தாழ்நுனிக் கொம்பு
வெவ்வேறு மரங்களை அனுமதிப்பது நிலவியல்
என்றோ அமர்ந்து பறந்தவை இட்ட எச்சங்கள் அப்படி.

# 2

படுக்கை விரிப்பை மீண்டும் சுருக்கமற நீவிவிட்டாயிற்று.
அன்றாடக் குளிகைகள் வென்னீர் வெதுவெதுப்புடன்
தொண்டையில் தடுக்கி இறங்கிவிட்டன.
திரும்பத் திரும்ப, ஒரு வாகனத்தின் கூரையில்
உதிர்ந்துகிடந்த பூக்களின் மஞ்சள் ஞாபகம்.
விரல்களின் மேல்கணு எலும்புப் புடைப்பில் மணிக்கட்டு
நரம்புகள் சாய்ந்திருக்க
சன்னலின் இரு கதவுகளை மட்டும் இன்னும் மூடவில்லை.
நெட்டலிங்கக் கொட்டைகள் ஒன்றிரண்டு தரையில் விழும்
சத்தத்தைக் கேட்டுவிட்டால்
எந்தப் புகாருமற்று இந்த நாளை உட்புறமாகச் சார்த்திக்
கொள்வேன்.

3

எல்லோரும் பசியில் இருந்தோம்.
எங்கள் முன்னால் இருந்த
ஒரே ஒரு ரொட்டி
அவரவர் கண்கள் பிய்த்த அளவில்
துண்டுகளாகத் தெரிய.

4

மலையால் தன்னை வீசிக்கொள்ள முடியவில்லை.
உச்சியிலிருந்து இடம் பெயர்ந்த சிறுகல்
உருண்டுருண்டு போய்
அமிழ்ந்து கிடக்கிறது சிற்றாற்றின்
ஆனந்தப் பெருக்கில்.

✿

5

எப்போதாவது யார்க்கேனும் வாய்க்கும் பெரும் தருணம் அது.
உச்சியிலிருந்து தானாகக் காய்ந்து கழன்று இறங்கியது தென்னங்கீற்று.
கனத்தும் கனமற்றும் காற்றில் தோகை விரித்தது.
இருப்பிலிருந்து இல்லாமைக்குக் கரணம் அடித்தது.
ஒரு பழுப்புக் கழுகின் உதிர்இறகுக் காம்பென மண்ணில் குத்திச் சாய்ந்தது.
புழுதிப் படலத்தில் முழு உடல் கிடத்தி, அமைதியின் சாசுவதத்தில் மெய் மறந்தது.
மீளப் பெரும் தருணம் அணிலாகத் தென்னையில் பாய்ந்தேறிவிட்டது.

# 6

எச்சம் கிடந்த
தீபாவளிக் கம்பி மத்தாப்பு.
எரியும் நுனி தெறிக்கிறது
ஈர நட்சத்திரங்கள்.
பிள்ளை முகத்து மின்னல் ஒளியில்
அம்மா கடக்கிறாள் மற்றும் ஒரு
பெருமழைக் காலத்தை.

❀

# 7

சற்று முன்பே
என்னைச் செதுக்கி முடித்தேன்.
உடனே துவக்கிவிட்டேன்
என்னைத் தகர்த்துக் கொள்வதை.
கல்லாக மீள்கிறது அகல்.

# 8

யார் பாதத்தில் தைத்ததோ
என் பாதத்திலும் தைத்தது.
நான் மீண்டும் பாதைக்கு.
முள் இன்னொருவர் வாதைக்கு.

# 9

ஒரு சந்தோஷத்தின் குமிழியின் மேல் விழும் வானவில்லைக்
காப்பாற்ற இயலவில்லை.
துக்கத்தின் சுனையிலிருந்து பெருகும் தெளிநீரைக் குனிந்து
கைகளின் அள்ள நேரமில்லை.
இந்தச் சுடுவெயிலில் கண் கூசுகிறது.
வெட்டுவான் கோவில் குடைவரையில் சுழன்று ஏறுகிறது
ஆனிக்காற்று.
பல்லூழிக் காலப் பாறையில் அமர்ந்து பார்த்துக்கொண்டே
இருக்கிறேன்
உதிர உதிர, ஓடி ஓடி நவ்வாப் பழம் பொறுக்கும்
செம்பட்டை முடிச் சிறுமியை.

# 10

ஒரு சிறு நொடி
அசையாது நிற்கிறது
நடுக் கடல்
அடைந்த நதி.

# 11

தேவ தேவனைப்
பார்க்கப் போயிருந்தேன்.
தேவ தேவன்
என்னைப் பார்க்கவில்லை.
தேவ தேவன் அவரையே
பார்த்துக்கொண்டு இருந்தார்.
தேவ தேவனைப் பார்த்துவிட்டு
வந்துவிட்டேன்

## 12

என்னுடைய இரவுக்கும்
உன்னுடைய இரவுக்கும் நடுவில்
ஒரு கதவு இருக்கிறது.
என்னுடைய கதவுக்கும்
உன்னுடைய கதவுக்கும் நடுவில்
ஒரு இரவு இருக்கிறது.

## 13

சந்தடியற்ற பொழுதைத் தேர்ந்தே
நகராட்சிப் பூங்காவுக்கு வந்திருந்தேன்.
ஆளற்ற ஊஞ்சல்களுக்கும் எனக்கும் நெருக்கம்.
உனக்கும் இந்த நேரம் தேவைப்பட்டிருக்கிறது,
வளர்ந்த குழந்தைகள் பள்ளியில் இருப்பார்கள்.
கணவன் திரும்பிவர எப்படியும் இருட்டிவிடும்.
நீ ஊஞ்சலில் ஆடிக்கொண்டு இருந்தாய்.
தரையும் உதைத்து வானையும் உதைத்து
தலைப்புப் புடவையுடன் நீயும் பறந்தாய்.
என் பார்வை ஒரு பொருட்டே இல்லை.
நான் புல், பூண்டு, புழுதி, பல் விருகம்.
நீ மட்டும் இருக்க உன்னால் முடிந்தது.
உனக்கென்று நீ வைத்திருந்த சூரியன்
உன்னுடைய கடலில் விழுந்துவிட்டது.
நீ இறங்கியதும் ஊஞ்சல் ஆடக்கூடாதா?
அசையாது நிறுத்திவிட்டு நடக்க ஆரம்பித்தாய்.
நீ இல்லாத ஊஞ்சலில் நீ இருந்த ஊஞ்சலை
என்னால் இப்போது பார்க்க முடிந்தது.
வெற்று ஊஞ்சலைத் தாங்க முடியவில்லை.
சின்னஞ் சிறு கணத்தின் பெரும் பாரம் புரட்டி
தவிட்டுக் குருவி ஒன்று பறந்துவந்து அமர்ந்து
ஊஞ்சலில் சிறகைக் கோதிக் கொண்டது.
எப்போதுமே காப்பாற்றிவிட முடிகிறது
மனிதனை ஒரு சிறிய பறவையால்.

# 14

அப்படியே இருக்கிறது
இக்கரைக் கல்மண்டபம்.
இற்றுச் சரிந்துவிட்டது
எதிர்க்கரைப் படித்துறை.
மஞ்சள் சேலை துவைக்கும் சத்தம் மட்டும்
மாறவே இல்லை காலம் அகாலமாக.

✼

## 15

என் ஐந்து மரக்கால் விதைப்பாட்டில், அதிக மேனி விளைந்தால், எனக்குத் தானியத்தின் மேல் மரியாதை இல்லை என்றா அர்த்தம்? கிழவி என்றால் விடுபருத்தி பொறுக்க வேண்டும், பறவை என்றால் விசிறிய தானியம் கொத்தவேண்டும், அப்படித்தானா? தாகம் தீர்ந்த பின் எஞ்சிய கைநீரை மறுபடியும் ஆற்றில்தான் விடவேண்டுமா? உட்கார்ந்து எழுந்த இடத்தில் உடல் சூடு மிஞ்சக் கூடாதா?

# 16

சொல்ல முடியாத அழகு உனக்கு.
ஒரு ரகசிய மலர் போல் அது அவிழ்கிறது.
சொல்ல முடியாததைச் சொல்லிவிட
இருளில் மினுங்கும் அழகின் புலிக்கண்களை
வழிதவறலின் பச்சைத் திசையில்
அனேகமாக நெருங்கிவிட்டேன்.
புல் அசைக்கும் காற்றின் தூரமே பாக்கி.
சொல்லிவிட்டேன் எனில் காணாமல் போகும்
சொல்லமுடியா அழகு என ஒரு புதர் உறுமல்.
நீ இப்போது அறிந்த ரகசியம்.
உனக்கு இப்போது சொல்ல முடியும் அழகு.

# 17

மழை பெய்த போது பகலில் அவளால்
மழைபார்க்கவே முடியவில்லை.
ஒன்று மாற்றி ஒரு வேலை இருந்தது.
இதோ, படுக்கையில் விழவேண்டியதுதான்.
சேலையிலிருந்து தளர்வாடைக்கு மாறும் சிறுகணம்
அவளையே அவள் திறந்து பார்த்தாள்.
இப்போது அப்படியே தன்மேல்
மழைபெய்தால் நன்றாக இருக்குமென்று
அவளுக்குத் தோன்றியபோது
ஒரே ஒரு நீலவிளக்கு மட்டும் எரிந்தபடி இருந்தது.

# 18

புதிதாக ஒரு சிறிய நோய்மை.
நோய்முதல் நாடி வாய்ப்பச் செய்ய,
மருத்துவ மனையின் வரிசையில் இருந்தேன்.
மரணத்திற்குக் காத்து இருக்கையில் கூட
கவிதை ஒன்றெழுதத் தோன்றும்தானே.
பேனா இல்லை, காகிதம் இல்லை
செவிலிப் பெண்ணின் உதவியை நாடினேன்.
மருத்துவர் பேனா, மருந்துச் சீட்டு
எழுதிக் கொடுக்கும் காகித நறுக்கை
என்னிடம் சிரிப்பைப் பூசிக் கொடுத்தார்.
இந்தக் கவிதையும் அந்தத் தாளில்
எழுதிய ஒன்றுதான், உங்களுக்கேதும்
வலியோ, நோவோ இருந்தால் இதனை
வாசித்துக் கொள்ளுங்கள், உடனே தீரும்.

✿

# 19

முதல் முதலாக
ஒரு மிட்டாயின் வடிவத்தில் தான்
எனக்குத் தரப்பட்டது
தாள் சுற்றப்பட்ட இந்த வாழ்வின் பேரினிப்பு.
அப்படியே,
தாள் சுற்றிய மிட்டாய் வடிவத்திலேயே
தந்துவிடுங்கள்
இந்த வாழ்வின் பெருங் கசப்பையும்.
வாயில் ஒதுக்கி, எச்சிலில் கரைத்து
அப்புறம் விழுங்கிக் கொள்ளவும்
தோதுவாக இருக்கும்.

## 20

பக்கத்தில் இருக்கும் பெட்டிக் கடையில்
வெட்டும் புலி தீப்பெட்டி புத்தம் புதிதாய்
வாங்கி உங்கள் கையில் கொடுப்பேன்.
அப்புறம் நீங்கள் எனக்காகக் கட்டிய
அரக்கு மாளிகையின் கதவைத் திறப்பேன்.
இதைக் கூட உங்களுக்கு நான் செய்யாவிட்டால் எப்படி?

# 21

மழைக்காலத்தில் சுவர்கள் உங்கள் கட்டிலை மிகவும் நெருங்கிவிடுகின்றன.
தச்சர்களின் கொட்டாப்புளி அடியில் நடுங்காத ஹாலோ ப்ளாக் அடுக்ககச் சுவர்களே இல்லை.
மறுபடி ஒருமுறை கழிப்பறையை நனைத்துவிட்டுக் கட்டிலில் படுக்கிறீர்கள்.
மூன்றாம் தலைமுறை வரைந்த க்ரேயான் ஸ்பைடர்மேன், மடிக்கணினிப் பிள்ளையார் ஒட்டப்பட்ட எதிர்ப்புறம்.
துணி தேய்ப்பு, தண்ணீர் ஜாடி, ஃப்லிப் கார்ட் விரல்கள் எப்போது வேண்டுமானாலும் உங்கள் தூக்கத்தை அப்புறப்படுத்தலாம்.
வீட்டுக்குள் இரண்டாம் குரல் நடமாட, கடிகார முட்கள் இன்னும் வெகுதூரம் போக வேண்டும்.
மதிய, இரவுக்கான மாத்திரைகளை அதன் நிறங்களுடன் நினைத்துக் கொள்கிறீர்கள்.
சீவல் போடுவது போல உள்ளங்கையில் குவித்து அண்ணாந்து போட்டுக்கொள்ள வேண்டும்.

உயிர்ப்புக் கடிதத்தை இந்த மாத இறுதிக்குள் போய்க்
கொடுக்காவிடில் ஜனவரியில் ஓய்வூதியம் வராது.
ஒரு காட்டெருமையின் முக்காரத்துடன் தச்சுச் சத்தம்
உங்கள் நெற்றி நரம்பில் மோதுகிறது.
மின்மயானத்தின் திசை பார்த்துக் கழிவதுதான் உங்களின்
ஒவ்வொரு தினமும்.
உங்களின் சவப்பெட்டி செய்யும் ஓசையாகத்தான்,
ஆனாலும் அதை உருவகித்துக் கொள்கிறீர்கள்.
ஒரே ஒரு நொடி, ஏற்கனவே எரியூட்டப்பட்ட உங்கள்
உமையாளும் ஒன்றாக உங்களுடன் வைக்கப்படுவது போலத்
தெரிகிறது.
மிகுந்த சிரமத்துடன் எழுந்துபோய், கூடுமானவரை எந்தச்
சத்தமும் விழாதபடி எல்லாக் கதவுகளையும் சாத்திவிட்டு
வருகிறீர்கள்.
இப்போது ஒரு பெருமரம் அறைக்குள் முளைத்துக் காற்றில்
ஊளையிடுவதை உங்களால் தடுக்கவே முடியவில்லை.

## 22

என்னை அது பார்க்கவே இல்லை.
இறங்கிச் செல்லும் நதியின் பாடல் அதனிடம்.
ஏறிச் செல்பவனின் கவனம் எனக்கு.
அந்தம் பள்ளத்தில்.
ஆதி உள்ளத்தில்.

# 23

மிக இயல்பாக
எந்த வர்ணிப்பையும் கோராது,
இறங்கிய ஆம்னி பஸ்ஸிற்கும்
ஏறி அமர்ந்திருக்கும் ஆட்டோவிற்கும்
இடைப்பட்ட மழைச் சாலையில்
சாம்பல் நிறத்தில் மலர்கிறது
மற்றுமொரு நாள்
மற்றுமொரு மகிழ்வு
மற்றுமொரு துக்கம்
மற்றுமோர் எல்லாம்.

## 24

சோற்றுக் கற்றாழை நடுவில்
செம்பருத்திப் பூவை வைத்து
அலகிலாது விளையாடுகிறது
பணிப்பெண்ணின் சிறுகுழந்தை.
'அன்னவர்க்கே சரண் நாங்களே'.

## 25

ஒவ்வொரு முறையும்
நடந்துதான் திரும்புகிறேன்.
இந்த முறை வீடு
பக்கத்தில் வந்துவிட்டது.
இதற்கு முன் நான் என்னை
தூரத்தில் வைத்திருந்தேன் போல.

❁

# 26

வைக்கம் விஜய லட்சுமியின் அண்ணாந்த குரலில்
நள் எனும் யாமம் நடுங்கிக்கொண்டு இருந்தது.
'புதிய உலகை, புதிய உலகைத் தேடிப் போகிறேன்,
என்னை விடு'
முதல் வரியிலேயே தொடங்கியிருந்தது கழுவேற்றம்.
ஒன்பதாம் திசை பார்த்து உருளும் அவர் கண்களில்,
எட்டாம் உலகுநோக்கிச் சிரிக்கும் அவர் கைத்த உதடுகளில்
தரையமர்ந்து வாசிக்கும் ருத்ரவீணை நரம்புகளைக்
கொத்தி நகரும் அவரின் கை விரல்களில்
என்னை விட்டுவிட்டுத் தூரப் போயிருந்தேன்.
உதயகாலத்தை விட்டு வெகுவிலகிய, கண்களில்
இப்போதுதான் திறக்கிறது மற்றுமொரு மழை.
'காற்றே, காற்றே நீ மூங்கில் துளைகளில் கீதம்
இசைப்பதென்ன'
அவர் இன்னும் பாடிக்கொண்டு இருந்தால் என்னை
எடுத்துக்கொண்டு வந்துவிடுவேன்
ரத்தம் உலராத ஒரு நடைமேடை வழியாக என்
நெரிசல் நேர மின்ரயில் பிடிக்க.

## 27

கிழித்த தீக்குச்சிக்கும்
தைலமிட்ட திரிக்கும்
இடை ஒளியில் நிகழ்கிறது
சுடர் முகிழ்க்கும் ரசவாதம்.

# 28

ஒரு பறவை திரும்பிப் பார்ப்பதில்லை
அது கடந்து வந்த தூரத்தை.
பதற்றமுறுவதில்லை
அது செல்லவேண்டிய தொலைவால்.
ஒன்று, அது பறந்துகொண்டே இருக்கிறது.
மற்றொன்று, பறப்பதற்கு முன்
கிளைவிட்டுக் கிளை மேவி
அது தீராது பாடிக்கொண்டு இருக்கிறது.

# 29

எப்போதும் என்னுடன் வைத்திருக்கிறேன்
எங்கள் சொந்த ஊரின் பகல்
சொந்த ஊரின் இரவு இரண்டையும்.
வந்திருக்கிற ஊரின் பகல் பிடிக்காவிடில்
சொந்த ஊரின் பகலுக்குப் போய்விடுவேன்.
சென்றிருக்கிற ஊரின் இரவு வதை செய்யும்
எங்கள் ஊரின் இரவுக்கு வந்துவிடுவேன்.
இந்தப் பகலில் இருந்து அங்கின் இரவுக்கும்
இங்கின் இரவிலிருந்து அந்தப் பகலுக்கும்
தலைகீழாக்கிக் கொள்வதும் உண்டு.
இப்போது நான் நின்று கொண்டிருப்பது
இந்த ஊர் இரவிலிருந்து சொந்த ஊர்ப் பகலுக்குச்
செல்கிற வழியின் இடைப் பொழுதில்.
எந்த ஊர்ச் சாயலுமற்ற இந்த விடியல்
எவ்வளவு அழகாக இருக்கிறது சாம்பல் நிறத்தில்.

## 30

இந்த மலையடிவாரத்தில்
மழைத்துளிகளை எண்ணுகிறான்.
பாலை வெளி வெயில் நிலத்து
சுடு மணலில் விரல் அளைகிறான்.
எப்போதும் அவனுக்குப் பசித்தே இருக்கிறது.

# 31

அக்கரையில் ஏறுமுன் பழுப்பு வாத்து
ஒற்றை நொடியின் உதறலில்
அத்தனை இறகிலும் ஒட்டியிருந்த
ஆற்றை உதறி ஆற்றிலே விட்டது,
வாத்தொடு வாத்தாய்ப் புகுந்து நடந்தது.

## 32

பூவும் கனியுமற்ற
விரிசடை மரத்தின் கீழ்
விழுதசைய சருகுதிர,
திக்கு அகற்றிய வெளியில்
நிற்கிறான் கானகன்.
ஐந்து தலை நாகமென
படம் அடக்கிக் காலடியில்
நெளிகிறது அடர்வனம்.
நில்லாப் பெருமழையை
புல் குடிக்க, புழு குளிக்க,
செல்கின்றாள் பேச்சி
சித்தமெலாம் தீப் பிடிக்க.

# 33

மூச்சுத் திண்றும்படியாகவே
பேசிக்கொண்டு இருக்கிறீர்கள்
நீங்கள்.
சற்று வெளியே போய் வருகிறேன்.
அறைக்கு வெளியே இருக்கிறது
எனக்கு ஆசுவாசமான காற்று.
மேலும், மரநாற்காலிகளின் வடிவமைப்பு
அவசியமற்று அசைவது தானே
நெடுஞ்சாலை மரங்கள்.

❀

## 34

சலூன் கண்ணாடிகள் முதலில் மட்டும்
கண்ணாடிகளாக இருக்கின்றன.
நாற்காலியில் அமர்ந்தமர்ந்து
முகம் பார்த்து முடிதிருத்தி
வெளி நடக்க நடக்க
கண்ணாடி ஒரு நாடக மேடை ஆகிறது.
அப்புறம் மீண்டும் ஒரு போதும் அது
கண்ணாடியாக முடிவதே இல்லை.

# 35

இரண்டு கைகளாலும் கண்களைப் பொத்தி,
பூங்காத் தனிமையில் இருப்பவரைப் பார்க்கிறேன்.
சிறு காற்றுப் புகுந்துவிடாமல்
துளி வெளிச்சம் நெருங்கிவிடாமல்
இறுகக் குவிந்திருக்கும் கைகளுக்குள்
அவரது தகர்ந்த கனவுகள்,
புதிய கோபுரங்களுக்கான வரைபடங்கள்,
உதிர்ந்துவிட்ட ஒரு மலர்,
விதைக்க இருக்கும் ஒரு விதை,
மறந்துவிட்டுவிட்டுப் போன ஒரு சிரிப்பு,
உடைபட்ட விலங்கு ஒன்றின் கண்ணி,
ஒரு லாக்கப் கம்பித் துரு,
ஒரு தோட்டா,
ஒரே ஒரு நரை முடி,
ஒரு மரண அஞ்சலிக்கான வரிகள்,
வாத்தியக் குழு ஒன்றிற்கான இசைக்குறிப்புகள்,
பொரித்து வெளியேறின சிறுபறவை முட்டையோடு,

கருத்த சில உண்ணிப் பழங்கள்,
ஈசல் உதிர் இறகு,
இறந்த மனைவி சாப்பிடாமல் போன மாத்திரைகள்,
கைக்குட்டை நுனியின் பூத்தையல் ரோஜா,
ஒரு பிரளயத்திற்கான தடுப்புச் சுவர்,
தியானத்திற்கு முந்திய அமைதி...
எதுவும் இருக்கலாம்
நரம்புகள் புடைத்துக் குவிந்த அவர் கைகளுக்குள்.
ஒரு புல் அசையும் சிறு பொழுது
இத்தனையும் இருக்கிற/இத்தனையும் இல்லாத
கைகளை அவர் சற்று விலக்கினால்
அவருடைய கண்களை மட்டும் பார்த்துக் கொள்வேன்.
என்னுடைய இந்த தினத்தைத் திறப்பதற்கான சாவி
ஒருவேளை அங்கே தான் இருக்கலாம்.

## 36

முக்கடல் கரை இல்லை.
மோதி அலை சிதறும் பாறைகள்,
மணல் மேடுகள், சுற்றுலாவுகிறவர்கள் இல்லை.
பக்கத்துவீட்டு மரத்தில் கிளை மாறும் ஒரு பறவை.
ஒரு 'ட' போல் மடங்கி நகரும் ஆட்டோ சத்தம்.
நானே தயாரித்து அருந்திய ஒரு தேநீர்க் குவளை
இன்னும் ஒரு மின்விளக்கு கூட ஏற்றப்படாத
சுவர்களின் உச்சி விளிம்பில் மெல்லென
தன்னை இன்னொரு நாளுக்கு ஒத்திவைக்கிறது
என்னுடைய மகோன்னதச் சூரியன்.
எந்த நொடியிலும் நிகழலாம்
இரண்யப் பொழுதின் தூண் வெடிப்பு.

✿

## 37

நீங்கள் அவரைக் குளிப்பாட்டுகிறீர்கள்.
தன்னை அறியாத ஆடையற்ற பொம்மையாக முக்காலியில்
இருக்கிறார்.
நீர்த்தாரை வழிந்திறங்கும் எல்லா மடிப்புகளையும்
உங்களால் தொடமுடிகிறது.
முதுகின் மீது திரிந்து சறுக்கும் சோப்பு நுரையில்
உங்களுக்கு கண் கலங்குகிறது.
வெட்டப்படாத கால் நகங்களில் சிக்கி துண்டின்
இழை பிரிய
வென்னீர் வெப்பம் அடங்காத குளியலறையில் இருந்து
அவருடன் வெளியேறுகிறீர்கள்.
சவரம் செய்யப் படாத ஈர முகம் யாருமற்ற திசையில்
சிரிக்கிறது.
இத்தனை யுகமாக உங்கள் அப்பா மீது இருந்த
கடும் கோபம்
இப்போது துளிக்கூட உங்களிடம் இல்லை.

❀

# 38

ஒரு பறவையையும் நீங்கள்
வேட்டையாடியது கிடையாது.
அதற்காக ஒரு பறவையும்
உங்கள் தோளில் வந்து
அமர்வதற்கில்லை.
ஒரு கிளை அல்லது
வேறொரு கிளை தவிர,
அது அமர்வது இல்லை
வானத்தில் கூட.

# 39

இந்த அசட்டு வெயில் பிற்பகலில்
கலவரம் நிரம்பிய அந்தப் பறவைக் குரல்கள்
எதிர்பாராதது.
மொத்தச் சிறுபறவைகளின் யுத்தத்தில்
தூர மரங்களின் இலையுதிர்வு துவங்கியிருந்தது.
பறவைகளே பறவைகளுக்கு எதிராகச் சமராடும்போது
நான் செய்ய வேண்டியது என்ன?
ஒப்புக்கொள்கிறேன், இந்தக் கவிதையை மேற்கொண்டு
எழுதக் கூடாது.
அந்த மரங்களின் பதற்றத்தை எப்படித் தணிப்பது, அதற்குப்
பின்.
கீழே விழுந்து, மூன்றில் உயிரோடு தவிக்கும் இரண்டு
குஞ்சுகளின் இறகில் அப்பிய மணலை எப்படித்
துடைப்பது?
இப்போது எந்தப் பறவையின் சத்தமும் இல்லையே, என்ன
நிகழ்ந்தது?
பறவைகள் தங்களுடன் தூக்கிச் சென்றுவிட்டு இருப்பது
யுத்தத்தையுமா?
இந்த மரங்களின் துயரமிக்க அமைதியைத் தாங்கவே
முடியவில்லை.
அசையாத மரங்களின் அசையாத நிழல்களில் இன்னும்
எவ்வளவு காலம் நான் நிற்பது?

## 40

விடுமுறைக்கு வந்திருந்த
பேத்தி கேட்டாள் ஆங்கிலத்தில்
"தாத்தா ஒரு பறவைக்கூடு செய்வோமா?"
கூண்டு இல்லை, கூடு என
தகுந்த சொற்களால் உறுதிசெய்தாள்.
யாருக்கும் தெரியாமல் செய்வது என்று
ரகசிய ஒப்பந்தம் கையெழுத்தாயிற்று.
அவளுடைய மகா கற்பனைகளும்
என்னுடைய எளிய பறவை அறிவும் சேர்ந்து
நேர்த்தியாகச் செய்யப்பட்டது அது.
அன்றன்று கண்ணில்பட்ட பறவைகளைக்
கணக்கில் எடுத்துக்கொண்டு
அவ்வப்போது செய்த மாறுதல்களுக்குப் பின்னும்
அடிப்படையில் அது பறவையின் கூடாகவே இருந்தது.
"என்ன பறவையின் கூடு இது?"
குனிந்துகொண்டே அவளைக் கேட்டால்
"கூட்டுக்குப் பறவை வந்ததும் சொல்கிறேன்"
களங்கமற்றுச் சிரித்தன அண்ணாந்த கண்கள்.
எல்லாப் பறவைகளும் சுயம்வரிக்கும்படி
சன்னல் கதவுகளைத் திறந்துவைத்திருந்தோம்
ஒவ்வொரு காலையிலும் சிறகறியா ஏமாற்றம்.
விடுமுறை தீரும் வரை வெற்றுக் கூடு.
ஊர் திரும்பியபின் சிலநாள் போனதும்
ஒரு குறுஞ்செய்தி மட்டும் அனுப்பியிருந்தாள்
"நான் தான் அந்தச் சின்னப் பறவை".

❀

# 41

உன் வீட்டிற்கு வந்து இருந்தேன்.
உன்னைக் காணோம்.
நீ இல்லாத வீட்டில்
நீ இருக்கிறாயா என்று பார்க்க விருப்பம்.
முன்பின் கதவுகள் திறந்திருந்தன.
யாவரையும் களைந்துவிட்டுத்
தான் மட்டும் இருக்கிற அறைகள்.
மழையில் நனைந்த செய்தித் தாளாக
வெளிச்சம் தொய்ந்து மடங்கி விழுந்தது.
உபயோகித்தவரின் மரணம் துலங்கும்
மூலையோரத்து ஒற்றைக் கட்டில்.
வழுவழுத்த தரையில் பூச்சி கவ்வும்
பல்லி என்னைப் பொருட்படுத்தவில்லை.
பின்வாசலில் இருந்து நுழையும் காற்றில்
கரிவேப்பிலை மரம் பேசும் வாசனை.
என் வருகையை நீ அறிய விரும்பினேன்.
எப்படி என்னை அங்கே விடுவது என்று
யோசனை எதுவும் தோன்றக் காணோம்.
நான் வந்திருந்தது நிச்சயம் உனக்குத்
தெரியும் என்று தோன்றியது. திரும்பிவிட்டேன்.

# 42

இடையில் நீண்ட எண்ணிலி வருடங்கள்.
இடக்கைத் தெரு ஒன்றின் அடிவயிற்றில் இருந்து
வந்து சேர் என்பதோர் அழைப்புக் குரலில்
பொம்மென விம்மும் சங்குப் பெருக்கம்.
பண்டார விரல்களின் சேகண்டி முழக்கம்.
இந்தத் தெரு நுழைந்து இல்லாதாகி,
அந்தத் தெருத் தேடி அல்லாதாகி
ஊடு தெரு ஒன்றின் பெருங்கொன்றை நிழலில்
சாணைபிடிப்பவர் தீப்பொறிச் சீறலில்
சரண் புகுந்து என்னை ஒப்புக் கொடுக்கையில்,
உங்கள் தெரு நாய் பார்த்துக் குரைக்க
நகர்ந்துகொண்டு இருந்தது சங்கின் பெருங்கடல்.
நான் அதிர்ந்து நின்றேன் சேகண்டி ஒலியுடன்.

## 43

என்னிடம் இருப்பது
ஒரே ஒரு உடம்புதான்
கோடை என்றாலும்
கூதிர் என்றாலும்.
இன்றிரவு தைப் பனி
சற்றுக் கூடுதல்.
மாற்றுடை என்று
யோசிப்பதற்கு இல்லை.
என்னைக் கழற்றினேன்.
திருப்பிப் போட்டு
மறுபடி அணிந்தேன்.
குளிராவது ஒன்றாவது?

## 44

தீக்குள் அவனை வைத்தோம்.
தீண்டவே முடியவில்லை அப்புறம்.

## 45

ஒன்றும் செய்ய முடியவில்லை நதியை.
உருண்டுருண்டு போகிறது கூழாங்கல்.

## 46

வானின் கீழ் எல்லாமே
சூரியன் சூடிய பூ.

## 47

நான் இப்போது
நினைத்துக் கொண்டிருப்பது
ஒரு பெண்ணைப் பற்றி
என்று தோன்றுகிறது.
எந்தப் பெண் என்று
சாயல் பிடிபட்டிருந்தால்,
முதல் வரியைத் துவங்கியிருப்பேன்
இதை விடவும் சரியாக.

# 48

எப்போதும் ஒரு
மடக்குக் குடை வைத்திருக்கிறேன்.
திடீர் மழையில் நீங்கள் நனைந்தால்
அதை விரித்துக்கொடுக்கிறேன்.
என்னிடம் ஒரு மாயமரம் உண்டு.
ஒரு குறிப்பிட்ட இடத்தின்
பச்சை வெட்டுப்படும்போது
தவிக்கும் பறவைகளுக்கு
அது கிளை நீட்டுகிறது.
என்னிடம் ஒரு
கரும்பலகை உண்டு.
பைத்தியக்காரர்கள் தங்கள் கனவுகளை எழுத
அதைக் கொடுத்துவிடுகிறேன்.
என்னிடம் எப்போதும் ஒரு
மிட்டாய்க்காரன் உண்டு.
பள்ளிக்கூடத்திற்கு அழுதபடி வரும்
பிள்ளைகளின் மணிக்கட்டில்
சவ்வுக்கடிகாரம் கட்டிவிடுவான்.
என்னிடம் ஒரு கடவுள் உண்டு.
ஒரு பிரயோஜனமும் இல்லாமல்
அவன் தான் திரிகிறான்
ஊரைச் சுற்றிக்கொண்டு
ஊதாரியாக.

## 49

நான் நிற்கும் தரை விரிப்பை
எந்த நொடியிலும் உருவப் போகிறவரை
தேநீருடன் உபசரிக்கிறேன் இருக்கை தந்து.
விரிப்பை விற்கவந்தவனின் பசிவயிற்றின்
அடிமட்டத்தில் பேரம் பேசியிருந்தேன்
கதவுக்கு வெளியே நிறுத்தி.அதற்கு முன்.
தேநீர் அருந்தியவனின் கத்திக்குத்துக்குப் பின்
நான் பறந்துகொண்டு இருப்பது
விற்க வந்தவனின் மரணக் கம்பளத்தில்.

## 50

அளந்து பார்த்து விட்டேன்.
நிழலின் அளவேதான்
இருக்கிறது வெயில்.
உப்பின் அளவேதான்
இருக்கிறது கடல்.

## 51

கற்றை இருட்திரள் கலைந்து மறைந்தது.
காலை இள வெயில் என்னுள் கரைந்தது.
ஒற்றை இறகு இங்கும் கிடைத்தது
உயரப் பறந்திடும் உலகு படைத்தது.
நெற்றியில் கோடாய் வியர்வை வழிந்தது.
நெஞ்சினில் கசியும் குருதி உலர்ந்தது
சொற்றுணை வேதியன் சோதி வடிவினன்
சுந்தரன் நான் எனும் மந்திரம் புரிந்தது.

## 52

அவன் முற்றத்தில் உதிர் பூவை
இவன் முற்றத்தில் வரைந்த பின்னர்
எவன் முற்றத்திலோ தொங்கவிட்டு
உவன் நீங்குகிறான் தன் ஓவியத்தை.

## 53

வெயில் காலத்தின் மிகத் துயர்தரு காட்சிகளில் ஒன்று, புற நகர்ப் பகுதியின் சீந்துவார் அற்ற தெருக்களில், தன் தையல் இயந்திரத்தைத் தள்ளிக்கொண்டு வரும் ஒருவரைப் பார்ப்பது.

இன்று அப்படி ஒரு தையல்காரரைப் பார்த்தேன். எனக்கும் வெளியே நிறைய தடவைகள் சென்று திரும்பும் வேலைகள் இருந்தன. மூன்று வெவ்வேறு பகுதிகளின் வெவ்வேறு நிழல்களில் நின்று அவர் பழந்துணிகளைத் தைத்துக் கொண்டு இருந்தார்.

தன்னுடைய தையல் இயந்திரம் தவிர, கூடவே ஒரு மரத்தையும் தன்னுடன் அவர் இழுத்துக் கொண்டு சென்றிருப்பார் என்று தோன்றியது.

# 54

யாரும் அகன்றுவிட வேண்டாம்.
கட்டிலைச் சுற்றி அப்படியே நில்லுங்கள்.
உங்களிடமிருந்து பெற்றிருக்கும் சிரிப்பை
உங்களிடம் நான் ஒப்படைக்க வேண்டும்.

❀

## 55

அந்தக் கால்கள் அல்ல, கால்களின் நிழல்கள்
என்னுடையவை.
என்னுடைய முதுமையின் நிர்வாணக் கரையில் அவை
நிற்கின்றன.
அந்த நதி ஓடிக்கொண்டு இருப்பதாகவே இந்தக் கரைக்கு
வந்தேன்.
என் பால்யங்களின் மடிப்புகளுடைய காகிதத்தில்
செய்யப்பட்ட படகில் இருந்து உன் இறங்கிவருதல்
எதிர்பாரா ஒன்று.
நீ அகற்றி எறிந்த துகில் போல் கிடக்கும் நீர்ப்பெருக்கை
நகரச்சொல்லிப் போ.
கவிழும் தூரம் வரும்வரை அந்தக் காகிதப் படகின்
வெண்ணிற மிதப்பை நான் பார்த்து நிற்க வேண்டும்.

## 56

வாடிக்கையாளர் அற்ற உச்சிப் பொழுது.
அடித்துப் பிடித்து விளையாடுகிறார்கள் ஆட்டோ
ஓட்டுநர்கள்.
ராயல் மருத்துவ மனைச் செவிலி பெயர் சொல்லி அழைத்து
பொய்யடி தடுக்கக் கை உயர்த்திச் சிரிக்கிறான் தாடிக்காரன்,
'காப்பாத்துங்க சிஸ்டர்'.
தேரோட்டம் பார்க்கிற பரவசத்தில் பொலிகிறது
மருதகுளம் பேருந்துக்கு நிற்கும் மனுஷி முகம்.
தளப் என்று அலம்பித் தண்ணீர் தெறிக்கத்
தள்ளாடிப் போகிறது 'கணேஷ் வாட்டர் சப்ளை'
ஓடிவந்து புழுதித்தரை முகர்கிறது இதுவரை
முக்குவீட்டில் தாகத்திற்கு யாசித்த கன்றுக்குட்டி.
அதிக உயிரோடு இருக்கிறார்கள்
தாங்க முடியாத வெயிலில் எல்லோரும்.

# 57

ஒவ்வொரு மரண வீட்டிலும், நான் மயானம் வரை செல்கிறேன். சிதைப் புகை சுருள்கிற வரை அருகில் இருக்கிறேன்.
நேற்று அப்படி ஒரு சிதையின் அருகில்.
இன்று அதே வெந்து தணிந்த காட்டில்.
என் உலகத்துக்கு, மது வாடையின் எச்சத்தோடு, 'தீ ஆற்றிய' முத்துமாரி என்கிற அற்புதனை வரவேற்கிறேன்.
மஞ்சள் சிவந்திப் பூ எவ்வளவு வீரியமானது என்று, அஸ்தி எலும்புகளை மிகுந்த துக்கத்துடன் ஏந்தும் ஒரு சுடு மண் கலயம் எத்தனை திடமானது இன்று மேலும் அறிகிறேன்.
சுடுகாட்டு உடைமரத்தில் எல்லா முள்ளுமே பூ.

## 58

மழை பெய்கிற அனந்தபுரியையும் விட, மழை பெய்யப் போவது போலக் கவிந்திருக்கிற அனந்தபுரி கூடுதல் அழகு. கணத்தை விடவும் விம்மிய, முந்திய கணம் ரம்மியம்.

## 59

மழை வகிர்ந்து தெருவில் செல்லும் இரு சக்கர வாகனத்தின் ஓசையைக் கேட்பது, ஏற்கனவே உங்களுக்கு இருக்கும் காதுகள் அல்ல.

## 60

எழுத்துக் கூட்டியாவது மனிதர்களை வாசித்து விடுகிறேன்.

# 61

*81 வயதில் இறந்துவிட்ட ஒரு சின்னம்மையின் துக்கம் விசாரிக்கப் போயிருந்தேன்.*
*94 வயதில் தனியாக நடந்து வந்து துக்கம் பகிர்ந்து கொண்ட ஒரு பெரியவரின் பாதம் தொட்டு வணங்க வாய்த்தது.*
*ஒன்று மட்டும் அல்ல. எப்போதும் இன்னொன்றும் நிகழ்கிறது.*

# 62

நான் இன்று ஒரு சுடுமண் இருக்காஞ் சட்டி விளக்கு.
நான் இன்று காய்த்துப் போன உள்ளங்கையுடன் ஒரு ஆதி
மனுஷி திரித்த இலவம் பஞ்சுத் திரி.
நான் இன்று துயரிடைக் கசிந்த ஆனந்தத்தின் தைலம்.
நான் இன்று யாரின் அகல் தீயோ ஏற்றிய சுடர்.
நான் இன்று எல்லாச் சூறையையும் எதிர்கொண்ட
ஒளித் தொடர்.
நான் இன்றைய கருக்கலில் எதிர்ப்படும் இன்னொரு
திரியிடம் என்னை ஒப்படைத்து விடுவேன்.

## 63

மலையில் தீ எரிய, மனதுக்குள் காடெரிய
அலையில் மிதக்கிறதென் நாள்.

## 64

நெட்ட நெடும்பாலை, நிழலுக்கு ஈச்சை மரம்
எட்டி எட்டிப் போகிறது ஊர்.

## 65

ஏழெட்டு நாய்கள், எது ஆணோ எது பெண்ணோ
வாழட்டும் காமத்தில் தெரு.

## 66

மழை பெய்த மூன்றாம் நாள் தரையெல்லாம் மஞ்சட் பூ.
பிழையில்லை இனும் சிறிது வாழ்.

# 67

ஒரு விபத்து, ஒரு மோசமான தற்செயல் அது.
முக்கிய நபருக்கு அடுத்த இரண்டாவது முன்வரிசை
இருக்கை உங்களுக்கு.
உங்களைப் பார்த்துப் புன்னகைக்கிறார்கள்
உங்களுக்கும் வணக்கம் சொல்கிறார்கள்
எந்தக் கோணத்தில் எடுக்கப்பட்ட படங்களிலும் உங்களைக்
காமிரா தவிர்க்க முடியாது.
மின்னல் போல் பாயும் வெளிச்சம் உங்களை
வேட்டையாடுகிறது.
உங்களின் உடல்மொழி முற்றிலும் கடித்துக் குதறப்பட்டதாக
உணர்கிறீர்கள்.
இயல்பாக உங்களால் கால் மேல் காலிட்டு அமர
இயலவில்லை.
இடப்புறம் குத்திக்கொள்ளத் தரப்பட்ட ரிப்பன் பூ
தவறுதலான மரியாதையாகப் படுகிறது.
கைபேசி அழைப்பு வந்த பாவனையில் எழுந்து வெளியே
போய்விடுகிறீர்கள்.
நீங்கள் விட்டுவிட்டுவந்த ரிப்பன் பூ, உங்கள் இருக்கையில்
கம்பீரமாக அமர்ந்திருக்கிறது.

# 68

கருப்பு ஞெகிழிப் பையைக்
கவ்வி இழுத்துப் போகிறது
புழுதித் தெரு நாய்.
பிடுங்கப் பட்டு, தன்வாழ்வு
பறிபோவதாகப் பதறிய விரல்களுடன்
மடியில் கைவைத்து நிற்கிறான்
பூ உதிர்ந்த மரத்தின் கீழ்
ஒரு 'தெருவன்'.

# 69

ஒரே ஒரு திரிநுனியில்
ஒற்றியெடுத்த ஒளி உதடு.
தீரவே தீராததாயிற்று
தீப முத்தம்.

🌸

# 70

சொக்கப் பனை முக்குத்
தொலைத்த ஒரு சுடலைமாடன்
திக்குத் தெரியா சிதம்பர நகரில்
தேடி அலைகிறான்
இயக்கி அம்மையை.

# 71

புல் முளைத்துவிட்டது
பிடாரனைப் புதைத்த குழியில்.
மகுடியையும் அவன் தலைமாட்டில்
மண்ணுக்குள் வைத்துவிட்டார்கள்.
புறப்பட்டுப் போய் இரைதேடிவிட்டு
பிரப்பங்கூடைக்கே திரும்புகிறது
வெயில் குடித்த கிழட்டு நாகம்.
உயர்ந்து கொண்டே வருகிறது
உரித்துப்போடும் சட்டைகளின் அம்பாரம்.
கழுகு நிழல் நெருங்கும் பொழுதுக்குக்
காத்திருக்கிறது நீலகண்டத்தில்
மிளிரும் ஒரு விஷக் கல்.

## 72

கூச்சமின்மை ஒன்றும் பெரிய விலையல்ல.
குனிந்து எடுக்க ஒரு சிறு கணமே ஆயிற்று.
பீட்ரூட் சிவப்பில் உள்ளங் கையில் வாதாம் கொட்டை.
சதைப் பற்றில்லை. சாறெதும் இல்லை
வெற்றுச் சிவப்பின் மேல் இரவு நிறத்தில்
ஒரு வெளவாலை வரைகிறேன்.
ஜவ்வுச் சிறகுகள் பரத்திப் பறந்து
வாதா மரத்தின் கிளைக்குத் திரும்புகிறது
ஒரு தெருப் பொறுக்கியின் வாதாம் பழம்.

❀

## 73

நீங்கள் கூகுள் தேடலின் தற்செயலில் அந்த ஓவியத்தைப் பார்க்கிறீர்கள். வாத்தியம் இசைத்து நிற்கும் ஒரு பெண். காலடியில் காலம் அறியாப் பூனை. நீங்கள் எழுதத் துவங்கும் கவிதையில் அந்தப் பெண்ணை அப்புறப் படுத்திவிடுகிறீர்கள். அவள் களையாத ஆடையை களைந்து சாட்டின் வழவழப்புடன் நெளிய கவிதையின் ஓரத்தில் குவிக்கிறீர்கள். ஒரு மெழுகுத்திரியை ஏற்றி பூனையைச் சுடர் பார்க்க வைக்கையில் கவிதையின் அடுத்த வரியில் காமத்தின் முதுகெலும்புள்ள ஒரு புழு உருகி வழியும் நீல பியானோ வாசிக்கிறது. கடற்கரையோர சிதில வேதக் கோவில் முன் முன்ஜென்மக் குரைப்புடன் அலையும் சிறகு முளைத்த நாயுடன் கவிதை முடிகிறது. எதையும் தேடாத என்னுடைய தெருவில் உதிர்வன புங்கை மரச் சருகுகள் மட்டும். வெயிலின் சைக்கிளில் வந்த கூரியர் முத்துக்குமார் குனிந்து எடுத்த சருகு ஒன்றிலிருந்து விரிகின்றது ஆயிரம் ஆயிரம் மரங்களின் அடர் நிழல்.

❀

# 74

மீன் கொத்தி பறக்காத
நிர்பயத்தின் நொடி தேர்ந்து
வெயில் புரண்ட புளகத்தில்
தன்னுள் அமிழ் மீன் தாங்கிப்
புதுச் சுழியிட்டு நீந்தும் நதி.
பாறை உரசும் பசும் நாணல்.

# 75

சுற்றுலா இடங்களில் அவர்களுக்கு வேறு முகம்.
அவர்கள் இப்போது மனைவி அல்ல.தலைவி அல்ல.
தாயல்ல, மகள் அல்ல. அதிகாரி பணியாள் அல்ல.
தூண்டில்அல்ல. புழு அல்ல.
வெறும் மனுஷி. அசல் மனுஷி மட்டும்.
இது வரை சிரிக்காத, ஒரு ஆயுளுக்கான சிரிப்பு அது.
இது வரை மூடிவைத்த அனைத்தையும் காற்றுத் திறக்க
விடுகிறார்கள்.
அழுத்தி அரக்கு முத்திரை வைக்கப்பட்ட அவர்களின்
பாடல்களின் ஜாடி உடைந்து சிதறுகிறது.
கனவுகளில் மட்டும் ஆடிய நடனங்களைக்
கொலுசுகளில் இருந்து விடுவிக்கிறார்கள்.
நரைகளுக்குக் கீழ் ஒளித்து வைத்திருந்த
முதல் காதல் கடிதத்தை மேகங்களுக்கு வாசித்துக்
காட்டுகிறார்கள்.
பதங்கமாகி விட்ட கண்ணீரின் படிக்காரங்களால்
தவளைக் கல் எறிகிறார்கள்.
வித்தைக்காரியென உள் விழுங்கியிருந்த
நெருப்பைக் கடலில் உமிழ்கிறார்கள்.
குமிழிகள் ஆயிரம் ஊதி
குமிழிகள் கோடி உடைக்கிறார்கள்.
எல்லாவற்றிற்கும் மேலாக அவர்கள்
இந்தக் கவிதையை எழுதுகிறார்கள்.

# 76

உங்களிடம் நான் பேசிக்கொண்டு இருந்தேன்.
நீங்கள் மாதா கோவிலைப் பார்த்தும்
நான் தபால்பெட்டித் தொங்கல் பக்கமும்.
அந்தப் பெண் உங்களிடமே கையேந்தினார்.
என்னைவிட உங்களிடம் மிகுந்த நம்பிக்கை.
நீங்கள் அவளைப் பார்க்கவே இல்லை.
என் சட்டைப்பையில் அன்று சில்லறை இருந்தது.
அவள் உள்ளங்கையை நாணயத்தால் தொட்டேன்.
குழப்பமான இருப்புப்பாதை ரேகைகள்.
அவள் உங்களுக்கு நன்றியிட்டுப் போனாள்.
இப்போதும் நீங்கள் அவளைப் பார்க்கவே இல்லை.
எதனாலோ அக்கணம் எனக்கு நிரம்பி வழிந்தது.

## 77

பூங்காவில் அந்தப் பெண்
பயிற்சியில் இருந்தார்.
உயர்ந்து தாழ்ந்து விரிந்து குவியும்
கைகளுக்கு ஊடே ஊடி
மறைந்து தெரிந்தது சூரியன்.
இப்போது அவர் மூச்சுப் பயிற்சியில்
தணிந்த ஒரு பூங்காத் திண்ணையில்.
புல் மத்தியில் இருந்து நீண்ட காம்புடன்
பீறிட்ட ஒரு பூ அவரைப் பார்த்தபடி.
பயிற்சியின் போது அந்தப் பெண்
உடலைவிட்டு வெளியேறிப் போனதாகவும்
மூக்கில் விரல் கோலத்தில்
அவருக்குள் அவர் போய்விட்டதாகவும்
என்னைப் போலவே அந்தப்
பூவுக்கும் ஆச்சரியம்.

❀

## 78

எல்லாக் கதிர்களின் தானியங்களும்
முதிர்ந்து மினுங்குகின்றன.
எச்சத்தில் முளைத்த பயிருக்கு
அறுவடை வாய்ப்பதில்லை.
முற்றியதோர் வெயில் வரும்.
மிருக முதுகு உரசும்.
படைக்குருவி வந்தமரும்.
தாளடியில் நெளிந்தூர்ந்து செல்லும்
பெரும் கால்கள் மிதித்தேகும்.
காற்று கதிர் உதிர்க்கும்.
எதுவும் நிகழுமெனும் நிறைவில்
திரட்சியின் வாசனையுடன் அசைகிறது
காத்திருத்தலின் பாரம்.

❀

# 79

அக்காக் குருவியின் குரல்
அசரீரியாக எங்கிருந்தோ கேட்டது
ஆதியோடு அந்தமாய்ச் சிலிர்த்து
அந்த இடத்திலேயே நின்றது ஆறு.
அக்கரைக்கு மேகநிழல் ஏகியதை
அயிரை தெளிநீரில் எழுத
நகர்ந்தது மறுபடி நறும்புனல்.

# 80

ஒரே ஒரு பூ இருந்தது
உள்ளங்கைகளில்.
'கீழே வை'
'ஒரே ஒரு பூவையுமா?'
'ஒரே பூவையும் கூட'
ஒற்றைப்பூ தரையில் இருந்தது.
உள்ளங்கைகள் பூவாய் மலர்ந்தது.

# 81

என் தோளில் அவர் இடக்கை இருந்தது.
நான் செதுக்கிய சிவனின் பக்கம் போனேன்.
விரல்களால் தடவி உணர்ந்து பார்த்து
புத்தம் சரணம் என்று சிரித்தார்.
இன்னொரு திசையில் இமைகள் மூடி
அமர்ந்த புத்தரிடம் அழைத்துப் போனேன்.
வாத்தியம் போல விரல்களால் மீட்டி
நாதன் தாள் வாழ்க என்றார்.
பத்து விரல்களும் உளிகளாய் மாறிப்
பார்க்கிற பார்வையைப் புரிந்து நின்றேன்.

# 82

வழியில் கிடக்கிறது ஒரு விதை.
இந்த நிலத்திற்கு உரியது அல்ல அது.
அதை இங்கு இட்ட பறவையை நம்புகிறேன்.
இந்த நிலமே அந்தப் பறவை இட்ட எச்சம் தான்.
முளைத்தவன் அறியானோ மூலம்.

## 83

உப்புக்கு எத்தனையோ,
நூறு வயதிருக்கும் பீங்கான் ஜாடிக்கு,
உடைந்து கிடந்தது தெருவில்.
உப்பை வெயிலில் மினுங்கவிட்டு
காலத்தின் ஒரு சில்லை
எடுத்துவைத்திருக்கிறேன் கையில்.
கடல் உறுமுகிறது காற்றில்.

# 84

நீ சட்டை மாற்றிக்கொண்டு வரும்வரை
என்னை உட்காரச் சொல்லியிருந்த
நார்க்கட்டில் கண்கள் சற்றுத் தொய்ந்திருந்தன.
தண்ணீர் கொண்டுவந்து பருகக் கொடுத்த
தாயின் கைவிரல் சுருக்கங்கள் வணங்கத் தக்கது.
நெளிந்த பித்தளைச் செம்பின் பிசுக்கு வாடை
உங்கள் கண்மாய் மண் தந்ததாக இருக்கலாம்.
கால் சுழற்றி நீ பின்னால் அமர்வதற்கு முன்
பைக்கில் ஒட்டி இருந்த எச்சத்தைப் பெயர்த்து
சட்டைப் பையில் இட்டிருக்கிறேன்.
இப்போது இந்த வாகனத்தில் பயணப்படுவது
நீ, நான், மற்றும் ஒரு வேப்பங் கன்று.

## 85

இப்போது கடித்துண்ணும்
இந்த மாம்பழம் எனக்காக உண்டாக்கப்பட்டது.
கை விரலிடுக்கில் வழியும் இந்தச் சாறு,
மிச்சப்படும் இந்த எச்சில் மாங்கொட்டை
எனக்காக உண்டாக்கப் பட்டது.
ஏன் நான் நினைத்துக்கொள்ளக் கூடாது
எங்கோ இருக்கும் அந்த ஒரு மா மரமும்
எனக்காக உண்டாக்கபட்டது என்று?

❀

# 86

நேற்று என் வாழ்க்கை
அடிபட்டுச் சாய்ந்து கிடந்தது
தண்டவாளங்களின் அருகில்.
நேற்று முன் தினம்
கும்கிக் கொம்புகள் குத்தித் தள்ள
லாரித் தடுப்பில் கிடந்தது
தும்பிக்கை துவள.
இன்று ஒப்படைக்கப் பட்டிருக்கிறது
மிருக வைத்தியர்களிடம்.
வனம் அதிரத் திரிகிறது
ஆயிரம் கால்களொடு
என் ஆதிப் பிளிறல்.

# 87

வெயில் காலத்தில் ஒரு மாதிரி இருக்கிறேன். இந்த மழைக் காலத்தில் வேறொரு மாதிரி இருக்கிறேன். எனக்குள் வளரும் தாவரம் அப்படி.

❀

## 88

மலைநகர்ச் சுற்றுலாக் குழுவில்
பார்க்கும் பொழுதெல்லாம்,
சற்று விலகி
தனித்தே நடக்கிறாள் ஒருத்தி.
மிகவும் கவலையாக இருக்கிறது
அவளைப் பற்றியும்
அவளிடமிருந்து துவங்கும் ஒரு
பள்ளத்தாக்கு பற்றியும்.

# 89

'எங் கையிலே என்ன இருக்கு சொல்லு பாப்போம்'
சிறுமிகள் விளையாடுகிறார்கள் பொத்திய கையுடன்.
எனக்கு இது பிடித்திருக்கிறது.
ஒன்றும் இல்லாத கையில் ஏதோ இருப்பதாக்கும் ஆட்டம்.

✿

# 90

'சுந்தரி, சௌந்தரி, நிரந்தரியே'
சிந்தை வெடித்துச் சிதறுகிறது
ஆதி அந்தமற்று ஒலிக்கும்
இந்த அசரீரிப் பாடலில்.
யார் அந்த சுந்தரி?
யார்க்கவள் சௌந்தரி?
ஏன் இன்னும் நிரந்தரி?

# 91

ஜன்னல்களை எதன் பொருட்டும் இப்போது மூடுவதே
இல்லை.
திரைச் சீலையை இழுத்துவிட்டு அனேக காலம் ஆயிற்று.
ஒரு படுக்கையறை உடல்களின் வாசனை சென்ற
நூற்றாண்டுப் பரணில் கிடக்கலாம்.
தச்சனின் இழைப்புளிபோல் முனகுகின்றன கட்டில்களின்
குறுக்குவெட்டு மரக் குரல்கள்.
பால்பேதமற்று நெருங்கிக் கொள்பவை வாய் பிளந்த
கண்ணாடிக் கூடுகளும் புத்தகங்களின் திறந்த பக்கங்களும்.
வலப் புற வாசலை ஊடாடி, கிழக்குக் கம்பிகளின் திறப்பில்
வெளியேறும்
கருப்புத் தேன்சிட்டுகளின் வைகாசிக் களியாட்டம்
எவ்வளவு உயரத்தில் வைக்கிறது எங்கள் நான்காவது
ஆசிரமத்தை.

✿

# 92

இந்தக் கோடையில் அவள் மிக அழகாக இருக்கிறாள்.

ஒரு பருவத்தில் அவள் பூப்பிக்க வேண்டிய பூவை, கனிவிக்க வேண்டிய குலைகளை அவளே எப்போதும் தீர்மானிக்கிறாள்.

இம்முறை வேம்பு அல்ல, மல்லிகை அல்ல, மலை அரளி மணக்கிறது அவளிடம்.

தலைவியாக, செவிலியாக உருக்கொள்ளும் அவளிடம் இப்போது ஒரு பனிமய மாதா தென்படுகிறாள்.

அவளுக்குப் பிடித்தமான தீயை ஒளித்துவைத்துவிட்டு, ஒரு துள்ளும் மறி துரத்தி ஓடுகிறாள்.

ஆற்றில் அயிரை மீன் பிடித்து ஆற்றிலேயே விடும் ஆதி விளையாட்டை இன்னும் வைத்திருக்கிறாள்.

கரும்பாறை விளிம்போர நாணல்புதரில் முட்டையிடும் சிறுகுருவிகளின் பேச்சை அவளால் மொழிபெயர்க்க முடியும்.

இக் கோடையில் அவளுடைய மௌனத்தின் நுனியில் அப் பறவையில் ஒன்று அமர்ந்தாடுகிறது.

ஆனந்தி போலத்தான் ஆனந்தி இருக்கிறாள் என்றாலும்

இந்தக் கோடையில் அவள் வியர்வையில் துக்கத்தின் உப்புக் கனிந்திருக்கிறதோ என எனக்கு ஒரு துளி சந்தேகம்.

உங்களுக்கு அவளைத் தெரிந்திருக்காது இருக்கலாம்.

இந்தக் கோடையிலும் ஆனந்தி அப்படியே தான் இருக்கிறாள்' என நீங்கள் சிறு பொய்யொன்று சொன்னால் எனக்குப் போதுமானது.

## 93

இத்தனை நீருக்கு மத்தியில் எனில்
இத்தனை நெருப்புக்கு மத்தியிலும்.

## 94

எல்லோரும் ஓட்டிக்கொண்டு இருக்கிறோமோ
இந்த ஒரே ஒரு வாகனத்தை?

# 95

சருகுகளை வாசிக்கிற பழக்கம் எனக்கு.
ஆதிச் சருகு ஒன்றில் எழுதப்பட்டிருந்தது
'அன்பே சிவம்' என.
'எல்லாம் இன்பமயம்' என்று ஒன்றில்.
'யாவரும் கேளிர்', வாழ்வே மாயம்'
'ஜெகத்தினை அழித்திடுவோம்',
'குறையொன்றுமில்லை'
இப்படி இப்படி இன்னும் சிலவற்றில்.
சங்கச் சருகின் எல்லா நரம்பிலும்
'யாயும் ஞாயும் யாராகியரோ'.
'தீதும் நன்றும் பிறர் தர வாரா"
அழுத்திச் சொல்லியது ஒரு மெல்லிய சருகு.
எட்டுக்கால் பூச்சி இருந்த சருகில்
'வாழ்க வளமுடன்' என்ற வாசகம்.
என்னுடைய சாயலின் அடிப்படை இருந்தது
'எல்லோர்க்கும் அன்புடன்' எழுதப்பட்ட சருகில்.
ஒன்றுமே எழுதாமல் தாவர வாழ்வுடன்
உதிர்ந்து நிறைந்து முற்றத்தில் கிடந்தது
எங்கள் வீட்டு வேப்பஞ் சருகுகள்.

# 96

இருக்கிறதா
முற்றிலும் இனிக்கிற ஒரு கனி?
முற்றிலும் உவர்க்கிற ஒரு உப்புக் கல்?

## 97

நேசனும் ஈசன் ஆகி
நிற்றலே வேண்டும் போல,
மான், மழு ஏந்தி ஆடும்
மற்றுள கைகள் நீங்க
எரி தழல் வீச ஓங்கும்
இன்னொரு கையினோடு,
தரையிலோர் காலை ஊன்றி,
தாக்கவோர் காலைத் தூக்கி.

# 98

'ரணங்களைத் திறந்தே வைத்திருங்கள். ஆறிவிடும்'
மருத்துவர் அப்படியே சொன்னார்.
சிறிதும் மூடாமல் திறந்தே வைத்திருந்தேன்.
ஆறிப் பொருக்காடாமல், உட்குழிந்து ரணம் மலரத்
துவங்கியது.
இளம் காற்றில் இதழ்களின் வட்ட வடிவச் சிரிப்பில் ரணம்
சிலிர்ப்பது பிடித்திருந்தது.
பழைய ரணங்களை அழுக்கு நகங்களால் புதுப்பித்துப்
பூப்பித்தேன்.
ரணங்களின் மஞ்சரி போல என் புலன்களின் கிளை
அசைகிறதை யாரும் பார்க்க முடியும்.
தொழுத கையுடன் வருகிறவரே, இதோ உங்களுக்கு என்
ரணங்களின் மலர்ச் செண்டு.

எமது வெளியீட்டில்
வண்ணதாசன் படைப்புகள்

சிறுகதைகள்

வண்ணதாசன் கதைகள்
கிருஷ்ணன் வைத்த வீடு
பெய்தலும் ஓய்தலும்
கலைக்க முடியாத ஒப்பனைகள்
ஒளியிலே தெரிவது
தோட்டத்திற்கு வெளியிலும் சில பூக்கள்
கனிவு
மனுஷா மனுஷா
சமவெளி
பெயர் தெரியாமல் ஒரு பறவை
உயரப்பறத்தல்
நடுகை
ஒரு சிறு இசை
நாபிக் கமலம்

## கவிதைகள்

கல்யாண்ஜி கவிதைகள்
நிலா பார்த்தல்
இன்னொரு கேலிச் சித்திரம்
மணல் உள்ள ஆறு
மீனைப்போல இருக்கிற மீன்
பூனை எழுதிய அறை
நொடி நேர அரைவட்டம்
என் ஓவியம் உங்கள் கண்காட்சி
மூன்றாவது முள்

## கடிதங்கள்

வண்ணதாசன் கடிதங்கள்
சில இறகுகள் சில பறவைகள்

## குறுநாவல்

சின்னுமுதல் சின்னுவரை

## கட்டுரை

சின்ன விஷயங்களின் மனிதன்